என் ஆருயிர் அண்ணன்

இளம்கவிஞர் தகடூர் நா.சண்முகப்பிரியா

BOOK BENCHERS

எ‌ன் ஆ‌ருயிர் அண்ணன்
ஆசிரியர் © இளம்கவிஞர் தகடூர் நா.சண்முகப்பிரியா
முதற்பதிப்பு 2022

பக்கங்கள் 57

Published by Book Benchers 2021
All Rights Reserved.

ISBN 978-93-5533-044-4

ThebookBenchers@gmail.com
Contact 9944992571

Affliateded By
Aelay Publish
www.aelaypublish.com

தொகுப்பாளர்:

தருமபுரி மாவட்டத்தில் பன்னாகனஅள்ளி என்னும் சிறு கிராமத்தில் பிறந்து தற்போது தருமபுரியில் பச்சமுத்து கலை மற்றும் அறிவியல் மகளிர் கல்லூரியில் மூன்றாம் ஆண்டு இளங்கலை வேதியியல் பயின்று வருபவர் மாணவி நா.சண்முகப்பிரியா. இவர் தமிழ் மீது தீராக் காதல் கொண்டதால் கவிதை ,சிறுகதை எழுதுதல் மற்றும் ஓவியம் புனைதல் ஆகியவற்றில் அதிக ஆர்வம் கொண்டவர். இவர் தனது 18 ஆம் அகவையில் தமிழாசிரியர்

தகடூர்.திரு.மா.லோகநாதன் அவர்கள் மற்றும் நாவலாசிரியர்.திரு. ச.கௌதம் அவர்களின் அணிந்துரையைப் பெற்று   " சிறகசைப்பு " என்னும் தலைப்பில் தனது முதல் கவிதை நூலை 28.01.2021 அன்று வெளியிட்டு " இளம் கவிஞர் " என்று பெயர் பெற்றவர். மேலும் கவிதை தேனி எனப் பட்டம் பெற்றவர்.2021 உலக மகளிர் தினத்தை முன்னிட்டு கல்லூரியில் 'புதியன விரும்பு' என்னும் தலைப்பில் நடைபெற்ற கவிதைப் போட்டியில் இளங்கலை பட்டப்படிப்பு அளவில் முதலிடம்.

கணையாழி மற்றும் பச்சமுத்து கலை மற்றும் அறிவியல் மகளிர் கல்லூரி இணைந்து நடத்திய படைப்பூக்க பயிலரங்கில் கதைப் பிரிவில் பங்கேற்று சான்றிதழ் பெற்றவர்.மேலும் பல சான்றிதழ்கள் பெற்றுள்ளார்.

2021 ஆண்டில் " கவியுலக வேந்தர் விருது " 2021 ஆண்டு ஜூலை 15 இல் கண்ட கனவை நனவாக்க துடிக்கும் இம்மண்ணின் மைந்தன் இளம் வேங்கை என்ற பொன் வரிகளுக்கு ஏற்ப சிறந்த இளம் படைப்பாளராக வலம் வந்து கொண்டிருக்கும் இவருக்கு "காமராசரின் சிகரம் விருது " 2021 ஆண்டு ஆகஸ்டு 15 இல் கண்ட கனவை நனவாக்க துடிக்கும் இம்மண்ணின் மைந்தன் இளஞ்சிங்கம் என்ற பொன் வரிகளுக்கு ஏற்ப சிறந்த இளம் படைப்பாளராக வலம் வந்து கொண்டிருக்கும் இவருக்கு "வீர்ப்பாண்டிய கட்டபொம்மன் விருது " மற்றும் " ஔவையார் "விருது பெற்றவர்.

அணிந்துரை:

அன்னைக்கு அன்னையாய்
       அன்பு செலுத்துவதிலே !
தந்தைக்குத் தந்தையாய்
       தடம் காட்டுவதிலே !
தமக்கைக்கு தமக்கையாய்
       தாங்கிப் பிடிப்பதிலே !
தோழனுக்கு தோழனாய்
       தோள் கொடுப்பதிலே !
உறவுக்கு உறவாய்
       ஊன்றுகோலாய் திகழ்வதிலே ! - என்று
உறவுக்கு உறவாய் இருப்பது
அண்ணனின் உறவு .

என்று அண்ணனின் உறவுக்கு புதியதொரு பரிணாமத்தில்
இலக்கணம் கூறியிருக்கும் என் இளம்
படைப்பாளர்களுக்கு ஒன்றை மட்டும் சொல்ல கடமைப்
பட்டிருக்கிறேன். உங்களின் படைப்பு தங்கையின் இதயக்
கூட்டில் பாசப்பறவையாய் குடியிருக்கும்
அண்ணன்களுக்கெல்லாம் ஒரு கலங்கரை விளக்கம்
என்பது நிதர்சனம்.

      வாழ்க உமது படைப்பு !
      வளர்க உமது இலக்கியப்பணி !

இப்படிக்கு
தகடூர், மா.லோகநாதன் M.A.,B.Ed.,M.Phil
தமிழாசிரியர் ,
காளேகவுண்டனூர் .

முன்னுரை:

இன்றியமையா அன்பு ஒன்று நாளடைவில் காதலாய் மாறுகிறது. காதல் பல உறவுகளிடையே ஏற்படுகிறது. அதில் ஒருவகையான அதிதீவிர காதல் ஒன்று உண்டு. அதுவே அண்ணன் தங்கை காதல் அக்காதலே கவிதை வரிகளாகி இங்கு புத்தகமாக உருவாகியுள்ளது.

"என் ஆருயிர் அண்ணன்" என்னும் தலைப்பைக் கொண்ட இந்தப் புத்தகமானது இன்றியமையா காதலான அண்ணன் தங்கை உறவுகளுக்கிடையே உள்ள காதலை பற்றி கவிபாடி உள்ளது.

அண்ணன் தங்கை உறவு என்றுமே வார்த்தைகளில் வரையறுக்க இயலாத ஒன்று. ஆம் அன்புக்கும் சரி அடிதடிக்கும் சரி இங்கே அளவென்பதேது. எத்துணை சண்டை எத்தனை சமாதானம் இவர்களுக்கு இடையில் எவர் நுழைந்தாலும் பாவம் தான் அவர்கள்,
வடிவேலு காமெடி போல தான்.....

அத்தகைய பாசமும் அதில் விளைந்த நேசமும், இங்கே ஒவ்வொரு வரியிலும் ஆங்காங்கே காமெடிக்கோ கண்ணீருக்கோ பஞ்சமில்லா வண்ணம் பல நெஞ்சங்கள் இணைந்து தொடுத்து கொடுத்துள்ளனர். வாருங்கள் படித்து விட்டு தங்களின் மேலான கருத்துக்களை தாருங்கள்.

பரிவட்டம் கட்டாத பந்தயக்காரன்

ஒன்றை தா என்று கேட்டால்,
ஓராயிரம் சண்டையிடுவதும்
உன்னை தா என்று கேட்டால்,
உயிரையே கொடுக்க துடிப்பதும்
அண்ணன் - தங்கை
உறவில் மட்டும் இவ்வழகிய
கெஞ்சலும் கொஞ்சலும் அரங்கேறும்.

அன்னையின் வழியே
ஆரம்பிக்கும் உறவு
ஆயுள் முழுவதும் தொடரும்
அற்புத உறவு.
தந்தைக்கு நிகரானவன்
தாயிற்கு சமமானவன்
சலிப்பேயில்லாமல் சண்டை இடுபவன்.

உடலோடு ஒட்டி பிறந்தவன்
உயிரோடு கலந்தவன்
உணர்வுகளோடு உறைந்தவன்
உயிரை வாங்குபவன்.
கிண்டலுக்கு சொந்தக்காரன்
திண்பண்டங்களை திருடித்தின்பவன்.

கோள் மூட்டுபவன்
கோலம் கூட போடத்தெரியாதவன்
மாட்டிக்கொடுக்கும் மாயாவி
மன்னிப்புக்கோரும் மேதாவி.
புலனத்தில் புரளுபவன்

சமூக ஊடகங்களிலே மூழ்கிக்கிடப்பவன்.
நவரச நடிகன்
நய்யாண்டி செய்பவன்.
சமையலறையை எட்டிப்பார்க்காதவன் சாப்பிடுவதற்கே
பிறந்தவன்.
மிச்சம் மீதி வைக்காதவன்
மீசையை மட்டும் நன்றாக முறுக்குவான்.

வீட்டில் ஒரு வேலை செய்யாதவன்
வீட்டுக்கே வராதவன்
வாக்குவாதம் செய்பவன்
வம்பிலித்தே வாழ்க்கை நடத்துபவன்
இப்புகழுரைக்களுக்கெல்லாம் சொந்தக்காரன்
இப்பார்கவியின் அண்ணன்காரன்
முடிந்தளவு புகழ்ந்துவிட்டேன்
வார்த்தையில் விளையாடிவிட்டேன்.

- **பா.கவுசிகா (பார்கவி)**

என் அண்ணன்

உறவுகளில் சிறந்த உறவு !
அண்ணன் - தங்கை உறவு !
உறவின் ஆதாரம் அன்பு !
உடன் பிறந்த உறவாய் ஆகினாய் !
உன்னில் என்னை மறந்தேன் !
அண்ணன் அன்பில் கலந்தேன் !
என் சிறு கண்ணீரானது !
உன் நெஞ்சில் இரணமானது !

உன் அன்பு புன்னகையில்
என்னை மறந்து கடிகாரமாய்
நான் சுழல்கிறேன் !
நீ எனக்கு உறவாய் கிடைத்ததில்
பெருமை கொள்கிறேன் !
நம் சண்டையிலும் உன்
சட்டை கிழிய காரணம் நானே !

இன்று மகிழ்ச்சியில் - உன்
கண்ணீர் துளிகளுக்கு
காரணமானவளும் நானே !
என்றும் மாறாத அன்பாய்

நம் உறவு நீடிக்கும் !
தங்கைகாக எந்த சூழ்நிலையையும்,
தாங்கிக்கொள்பவன் அண்ணன் மட்டுமே !

அன்னையாய் நீ இருந்த நிமிடங்கள் !
தந்தையாய் நீ தைரியமளித்த நிமிடங்கள் !
என்றுமே நினைவில் அகலாதவை !
என் தோல்வியில் பங்கெடுக்கும்
முதல் உறவும் நீயே !
என் வெற்றியில் பங்கெடுக்கும்
முதல் உறவும் நீயே !
ஆணின் அன்பில் மென்மை இருந்தால்
அது தங்கையிடம் மட்டுமே வெளிப்படும் !
அன்புத் தமையனே !

உனது வாழ்வில் இன்பங்கள்
நிறைந்திருக்க வேண்டும் !
உன்னை என் அண்ணன் என்று
கூறுவதில் மிகவும் பெருமை கொள்கிறேன் !
என்றென்றும் உன் தங்கையாக நான் !
வரிகளற்ற பேனா மையுடன் !

ர.திவ்ய தர்ஷனி

அண்ணனுக்கு வாழ்த்துப்பா

என் அன்பு ஆருயிர் அண்ணனுக்கு
வாழ்த்துச் சொல்ல கவிதை எழுத
எழுதுகோல் எடுத்தேன்.
காகிதத்தில் வரிகளை நிரப்ப
கண்ணீர் மட்டுமே வழி(லி)ந்தொடின!
உன்வயதோர் பகட்டாய் உடையணிந்து
பல்சுவை பேசிக்கிடக்க,
நீயோ பகலும் பாராமல்
இரவும் பாராமல் உழைத்தாய் !

புல்லின் நுனிதனில் உள்ள பனித்துளி
சூரியஒளி பட்டுக்கரைவது போல,
உன் உழைப்பில் உருவான
வியர்வைத்துளிப்பட்டு கண்ணோரம் கரைந்தோடியது
ரத்தத்துளிகள்
அதையும் பாராமல் பாடுபட்டாய் !
இவ்வனைத்து சிரமத்தையும்
சிறு புன்னகையில் மறைத்தாய் !

தந்தை இல்லையென்று ஏங்கித் தவித்தெனுக்கு
நீ தந்தையானாய்!
என் ஆருயிரே நீயில்லையென்றால்,

இங்கு நானில்லை..!
என்றும் உடன்வந்து துணைநின்று
இறைவனுக்கு நிகர் தரிசனம் தந்தாய்..!

எனது அருமை அண்ணனே
நீ பிறந்ததினம் இன்று
இன்றாவது ஓய்வெடு என்றேன்
இன்றும் ஓய்வற்றுழைக்கிறாய்...
இந்த உழைப்பிற்கு ஒருவிடியல்
என்றுதான் வருமோ..?
சீக்கிரம் நல்விடிவு வருமென சொல்லி
மனதார பிராத்திக்கிறேன்...!

-   **கவிஞர் பாரதி பாஸ்கி**

அன்பிற்கு எல்லையேது?

மாணிக்க பரல்களை
மண் காணாமல்,
மழை தரும் சுவையின்றி
புவிவறண்டு போயினும்
பச்சை காய்ந்து போகுமா?
கடல் கடந்து விருட்சமாகிய
விதை வித்தின் - மலர்
வாசனை மொழியுமா?
பறவையின் நேசக்கதையை!
பிறப்பில் சொந்தமில்லை !
உதிரத்தில் பந்தமில்லை !

ஏனோ, பாசத்தில் மட்டும் பங்கு கொள்கிறாய்!
அளவின்றி உறவுக்கு அர்த்தம் செய்கிறாய்!
அரவணைத்து அண்ணன் என்கிறாய்!
என் சகோதரா...
இவ்வகை பிணைப்பை உணர்ந்தே,
தெரிந்து கொண்டேன்!
அன்பிற்கு எல்லையேது?

- மாயாதி

என் உலகம் அண்ணா

தாயாக என்னை தாங்கியவன் !
தந்தையாக என்னை சுமந்தவன் !
சோகங்கள் சூழும் போது
தோள் கொடுத்த தோழன் .
அவன் அன்பில்
என்னை முழுகச் செய்த துணையவன் !
என்னை குழந்தையாக வளர்ப்பவன் !
சின்ன சின்ன சண்டை இட்டு - என்னை
சரித்திரம் படைக்கச் செய்தவன் !
கண் மூடும் வரை
அவன் முதல் மகள் நானே !
கண் மூடிய பிறகும்
என் தந்தை அவனே !

    - **த. அருணா**

பாசத்தலைவன்

நீ பிறந்து வளர்கையில் அடுத்து
என் பிறப்பினை அறிந்த நீ
தாயின் மார்பில் பாலை
எனக்காக விட்டுச் சென்றாய்!
நான் பிறக்கையில் - என்
சத்தம் கேட்டு ஓடிவந்து
ஆனந்தமாய் என்னைத் தழுவிக் கொண்டாய் !

நான் நடக்கையில்
தவறி விழும் போதெல்லாம் - என்
பிஞ்சு கைகளை பிடித்து
நடக்க கற்றுக் கொடுத்தாய் !

நான் பள்ளிப் பாடப் புத்தகத்தை
சுமக்க முடியாமல் திணறிய போது
பையோடு என்னையும் சேர்த்து
உன் தோளில் சுகமான
சுமையாய் சுமந்தாய் - என்னை
ஆசிரியர் தண்டிக்கும் போதெல்லாம்
உன் கண்களில் கண்ணீர் கசிந்து துடித்தாய் !

என் கிழிந்த ஆடையைக் கண்டு
தோழிகள் நகைத்த போதெல்லாம்
உன் சட்டையை கழட்டி மறைத்து
அவர்களைத் திட்டி தீர்ப்பாய் !
என்னை எவரேனும் திட்டும் போது
நான் அழுதுகொண்டே கூறினால்
அவர்களை சும்மா விடமாட்டார்
கடும் கோபத்தோடு கட்டிப்புரள்வாய் !
நான் பூப்பெயர்ந்தவுடன்
தாவணி வாங்கி கொடுத்து
அழகு பார்த்தாய் !
கல்லூரி கனவுகளுக்கும்
வழிவகுத்தவன் நீயே !

நான் திருமணம் செய்து
கணவர் வீட்டுக்கு செல்லும்போது தான்
உன் அன்பு புரிந்து - என்
கண் என்ற கடல் கலங்கி
ஆறாக பெருக்கெடுத்து ஓடியது !
உன் அன்பை எனக்கு மட்டுமல்ல
என்னோடு சேர்ந்து தாய்மாமன் ஆக
என் பிள்ளைகளுக்கும்
காட்டத் தொடங்கிவிட்டாய் !

எனக்கு செய்த வரிசையை தொடங்கி
என் மகளுக்கு காதுகுத்துக்கு சீரோடு
காதணியும் புது துணியும் அன்போடு
எனக்கு அளித்த அதே பாசத்தோடு
சீரையும் கொண்டு வந்து சேர்ந்தாய் !
இன்று நம் தகப்பன் இறந்தது கூட
எனக்கு தெரியாமல் அதே பாசத்தோடு
அதே அன்போடு நீ வந்து நிற்கிறாய் !

என் கண் முன்னே !
என் கண்களுக்கும் மனதிற்கும்
சோகம் வலி என்று வருவதை
தாங்கி நிற்கும் தடுப்புச்சுவராய்
என்றும் என் முன்னே !
நீ காத்து நிற்கிறாய் தலைமகனே !

நான் இப்பிறவியில் என்ன
தவம் செய்தேனோ ?
இப்பிறவியில் உனக்கு
தங்கையாக பிறந்ததில் பெருமை கொள்கிறன்
ஆனந்தம் அடைகிறேன்.
அடுத்த பிறவியில் - நான்
உனக்கு அண்ணனாக பிறந்து - என்
அன்பை உனக்கு அள்ளித்தந்து

அணைப்பேன் என்
இரண்டாம் தந்தையே

- **கவிஞர்.மு.சக்திவேல்**

தொப்புள் கொடி உறவே !

தாய்க்குத் தலைமகளாய்ப் பிறந்தாய் !
தங்கை எனக்கென வாழ்வின்
பெரும்பாதியை அர்ப்பணித்தாய் !
நான் கல்வி கற்க வேண்டுமென்பதால் - நீ
களைப் பறிக்கச் சென்றாய் !

நான் கல்லூரியில்
கால் மிதிக்க வேண்டுமென்று
நீ கல்வியை இடைநிறுத்தி விட்டு
மண்வெட்டி தூக்கிக் கொண்டு
கழனிக்குச் சென்றாய் !
புத்தக மூட்டையை
நான் சுமக்க வேண்டுமென்று
நீ நெல் மூட்டைச் சுமந்தாய் !

தந்தை தவறிய பிறகு
தந்தையின் வெற்று இடத்தை
நீ நிரப்பினாய் !
எனக்குச் சடை முடிக்கும்
ரிப்பனிலிருந்து சகலமும்
நீயே வாங்கித் தந்தாய் !
நான் பட்டம் பெற

நீ பொட்டலில் வெந்தாய் !
நான் வண்ண வண்ணமாய்
ஆடை அணிந்து அழகு பார்க்க
நீ கந்தல் அணிந்தாய் !

நான் ஏதோவொரு
விடுமுறைக்கு வந்திருந்தால் கூட
என்னோடு அமர்ந்து உணவு
உண்ண மறுக்கிறாய் - என
கோபிக்கும் பொழுது
எனக்குத் தெரியவில்லை.
எனக்கு மட்டும் நெல்
சோறு ஆக்கிப் போட்டு விட்டு
நீ வெற்றுத் தண்ணீரால்
வயிற்றை நிரப்புகிறாய் என்று.
அண்ணனுடன் பிறந்த
ஒவ்வொரு தங்கைகளுமே
ஒரு இளவரசி தான்.
எப்பொழுதுமே என்னைச் சுற்றிப்
பாதுகாப்பு வளையமாய் நீ!

என் தொப்புள் கொடி உறவே!
என் உயிர்த் திரவமே!
என் உதிரப் பாதியே!

என் சுவாசக் காற்றே!
தந்தையாய் இருந்து - என்னை
மற்றொருவன் கைகளில் கரம் பிடித்து
மணம் முடித்து வைத்ததும் நீயே!
புகுந்த வீட்டிற்கு என்னை
அனுப்பி வைத்து விட்டு
கண்ணீரில் கரைந்து போனதும் நீயே!
என் மகனின் மறு அவதாரம் நீயே!
அவனுக்கு தாய்மாமனான நீயும்
ஒரு தாயே!
எனக்குத் தந்தையாகவும்
என் மகனுக்குத் தாயாகவும் இருக்கும்
நீயே இனி ஏழு பிறவிக்கும்
எனக்கு வேண்டும் .
இந்த உறவே !

எந்தன் உயிர்ப் பதாகையே!
நீ எந்தன் அண்ணனாய்
அவதரித்த அன்னையே!

-

முனைவர்.மு.துர்காதேவி

கருவறை நண்பன்

கருவறையை பகிர்ந்து கொண்டு
இன்றுவரை என் கவலைகளையும்
பகிரும் ஓர் உயிர்.!
வாழ்க்கை எதுவென்று கைப்பிடித்து கூறிய
தந்தையின் மறு உருவம் அவன்!
ஆயிரம் போர் எங்களுக்கு மட்டும்
மூன்றாவது நபருக்கு இடமில்லை
எங்கள் கூட்டில்!
செல்லமாய் பல சண்டைகள்
அழுகைக்கு காரணமும் அவனே!
நிவாரணியும் அவனே!
இருவரும் சேர்ந்து செய்வோம்
சிறைச்சாலையில் அடைக்கும் அளவிற்கு குறும்புகள்!
திருமணம் என்னும் பிரிவால்
எனக்கு முன் கண்ணீர் விடுவான்!
இரண்டறக் கலந்த எங்கள் உயிரை
பிரிக்க வந்த அரக்கனோ ?
அந்த திருமணம் !
என்றுமே என்னைக் காத்து
எனக்காகவே துடிக்கும் - என்
இதயத்துடிப்பு அவன்!
அவன் மனம் தளறும் போது

தாயாய் அவனை ஏந்துவேன் மடியில்!
கருவறையில் வேண்டுமானால்
எனக்கு முன் அவன் - ஆனால்
கல்லறைக்கு நானே முந்திக் கொள்வேன்!
நீயில்லா உலகத்திற்கு பதில்
அந்த ஆறடியே சொர்க்கம்!

- கள்ளியின் கிறுக்கல் நர்மதா.சு

கடவுள் தந்த வரம்

அம்மாவின் அன்பையும்
அப்பாவின் பாதுகாப்பையும்
ஒரே இடத்தில் பெற முடியுமானால் - அது
அண்ணனிடம் மட்டுமே !
அண்ணனுடன் பிறந்த
தங்கைகளுக்கு மட்டும் தான் தெரியும்
அண்ணனுக்கு இன்னொரு பெயர்
"அப்பா" என்று!
அண்ணனை பெற்ற
தங்கைகளுக்கு மட்டுமே தெரியும்..
தனக்கு ஒரு பிரச்சனை - என்றால்
தன் மீது அவன் அன்பு
வெளிப்படுத்தப்படும் என்று!
பெண்களின் மனம் ஆழமாம்..
அண்ணனின் மனதை
அளந்து பார்க்காதவர்கள்
சொல்லிக் கொள்ளுகிறார்கள்!
அண்ணன் என்பவன்
கடவுளால் கொடுக்கப்பட்ட
அற்புதமான வரம்.
அந்த வரத்தைப் பெற்றவர்களுக்கு

அப்பாசத்தின் விலைமதிப்பு தெரியாது.

அந்த வரம் கிடைக்காமல்

அந்த பாசத்திற்காக

ஏங்குபர்களுக்கு மட்டும் தான் தெரியும்

அப்பாசத்திற்கு விலை மதிப்பே

இல்லை என்று!

எப்போது சண்டை போட்டாலும் - என்

பொய்யான அழுகையில்

அனைத்தையும் விட்டுத் தரும்

நல்ல உறவு என் அண்ணன்!

நதி போல ஓடிக் கொண்டே

இருந்தால் மட்டுமே

வாழ்க்கைப் போரை

வென்றிட இயலும் என்று

செயலில் காட்டியவன்

என் அண்ணன்..!

என் வாழ்வினை - உன்

கனவென நெஞ்சில் சுமந்தவன் நீயடா..

என் அண்ணா..!

போகின்ற வழி எங்கிலும்

உடன் நின்று நிழலென

தொடர்பவன் நீயடா..!

எத்தனை உறவுகள்

என்னை விலகிச் சென்றாலும்

நீயொருவன் போதும் என் அண்ணா..!
கர்வத்தோடு உலகிற்கு
சொல்ல விரும்புகின்றேன்..
உடல் வலிமையோடு பெண்ணைப்
பேணிக் காப்பவனே சிறந்த
ஆண் மகன்..
அவனே சிறந்த அண்ணன்.....
அப்படிப்பட்டவனுக்கே நான்
தங்கையாக பிறந்திருக்கின்றேன் என்று..!
ஆயிரம் தான் அவனிடம்
சண்டை போட்டாலும்
பேசாமல் இருப்பதில்லை..
இருக்கவும் முடியாது
என் அன்பு அண்ணனுடன்..!
மனம் விட்டு பேச
ஒரு நல்ல அண்ணன்
கிடைத்தால் போதும்
அதுவும் தாயின் மடி தான்..
எனக்கு கிடைத்த தாயின் மடி
நீதான் அண்ணா..!
தோழமையோடு தோழ் கொடுத்தான்
நான் துவண்டெழும் பொழுது
வல்லமையோடு வலிமை கொடுத்தான்
நான் வீழ்ந்தெழும் பொழுது

பரிவோடு பாசம் கொடுத்தான்
நான் தனிமையில் தவிக்கும் பொழுது
அன்போடு அரவணைத்தான் - என்
மனம் உருகும் பொழுது
நண்பனாக நன்னெறிகள் தந்தான்
நான் பாதை தவறிய பொழுது
தந்தையாக அறிவுரை தந்தான்
தவறுகள் நான் செய்த பொழுது
அன்னையாக ஆறுதல் தந்தான்
கண்ணீரில் நான் கலங்கிய பொழுது
சண்டைகள் பல வந்தாலும்
அன்பின் ஆழம் குறைவதில்லை..
பந்தங்கள் பல இருந்தாலும்
என் அண்ணன் தான் என்றுமே !
எனக்கு முதல் பந்தம்.
எத்தனை பிறவிகள் இருந்தாலும்
நீயே எனக்கு அண்ணனாக வர
வரம் வேண்டுகிறேன்.

- அ.ஜனனி ஆனந்த்

எனது உடன்பிறப்பு

என்னை உன் நெஞ்சில் சுமந்தாயே!

பல முறை அடித்து கொண்டாலும்

என்னை ஒருப் போதும்

தனியாக விடவில்லை.

எனக்கு தாயாகவும் தந்தையாகவும்

இருக்கும் நீயோ!

உண்மை பாசம் கொண்ட

என் காதலன் நீ!

அகத்தின் சிரிப்பை கண்டாலும்

என் மனம் வலிப்பதை உணரும்

என் அன்பின் உயிரே!

நான் வழிப்படும் தெய்வமே!

என்னைக் காக்கும் காப்பாளனே!

உயிரற்று போனாலும்

உன் மார்பில் சாயந்து என்னுயிரை விடும்

அழகான பாக்கியம் வேண்டும்

என் அன்பு அண்ணனே!

- மு.ஹர்ஷினி

என் தமையன்

உயிரூட்டும் கருவியாய்
எனை அரவணைக்கும் தாயைப்போல்!
கொடி பந்தத்தில் அல்லாது....
உன் உறவின் அன்பு
சிறையில் மாட்டிக்கொண்டேன்...
உடன் என் ஆயுள் வரை
இந்த பந்தம் வேண்டும்
என் கரங்களில்....
என் நண்பனாக ,
தமையனாக ,
காப்பாளனாக....

- ஆ.நர்மதா

உண்மையான பிணைப்பு

நதியில் விளையாடி
மணலில் வீடுகட்டியதில்லை !
மிட்டாய்க்கு சண்டை போட்டதில்லை !
என் சடையிழுத்து
வம்பு நீ செய்திடவில்லை !
என் தலையில் கொட்டி
குறும்பு செய்திடவில்லை !
உன் விரல் பிடித்து
நான் நடந்ததுமில்லை !
ஒரே தாய் வயிற்றில்
நீயும் நானும் பிறக்கவுமில்லை !
ஆனாலும் நீயும் நானும்
அண்ணன் - தங்கை.

எங்கோ பிறந்து
எங்கோ வளர்ந்து
மலரின் வாசம் போல
அண்ணன் தங்கையாய் உறவுக்கொண்டோம்!
என் இதயத்தில்
நீ எப்போது எழுதினாய் !
'அண்ணன் ' என்று
உன் இதயப்புத்தகத்தில் எப்போது
நான் அச்சிட்டேன்

' தங்கை ' என்று
மின்னலாய் வந்தாய் !
எந்தவித எதிர்பார்ப்பு இன்றி
அன்பு மழை பொழிகிறாய் !
இன்று போலவே,
என்றுமே தொடர ஆசைப்படுகிறேன்
நம்முடைய "அண்ணன் - தங்கை "
உறவை!

-அன்பின் சகி

சு.வசுந்தரா தேவி

தங்கைக்காகவே வாழும் ஜீவன்

தங்கை இதயத்தில்
கோபத்தால் இணைந்தவன்....
அன்னை போன்று
அன்பு கொண்டு அகிலத்தையும்
தங்கைக்காக எதிர்ப்பவன்...
அடிக்கும் அண்ணன் தான் ...

அவள் அன்பினை கண்டு
அன்பால் அரவணைத்திடுவான்...
அவனுக்கு அவள் தங்கை
புன்னகை தவிர இப்பிரபஞ்சத்தில்
வேறெதுவும் தேவையில்லை ...
எட்டாத நட்சத்திர பூவை கேட்டாலும்
எட்டிப்பறித்திடும் நற்குணம் கொண்டவன்...

தங்கை மீது அளவில்லா
ஆகாயம் போன்று அன்பு கொண்டவன்...
அவன் முகம் பார்த்தாலே
துன்பங்கள் யாவும் மறைந்திடும்...

அண்ணன் என்று அழைத்தாலே ?
அகிலமும் தலை வணங்கும்
அவன் அன்பினை கண்டு!
அகிலத்தில் தங்கைக்கு கிடைத்த
உயிர் தோழன் என் பார்வையில்
அண்ணன் என்பேன் !

- - - செ.சினேகா

அடுத்த ஒரு பிறவி இருந்தால்...

அண்ணா அண்ணா.....

என் அன்பு அண்ணா

ஆயிரம் உறவுகள் உலகில் இருக்கும் - ஆனால்

அன்புக்கும் அடிதடி சண்டைக்கும்

வீண் வம்புக்கும்

அண்ணன் ஒருத்தன் தானே !

உலகிலேயே அன்பை

அளந்து காட்ட தெரியாத உறவு.

அன்பை சொல்லி காட்டாதவன் !

தவறு செய்தால் கடிந்து கொள்வான்

கோபித்து கொண்டாள்

தாயாகி சமரசம் செய்வான்

அடுத்த ஒரு பிறவி இருந்தால்

அண்ணா அதிலும் - உன்

தங்கையாகவே பிறக்க வேண்டும்.

கவிச்செம்மல்.

ஆ.நித்ய கல்யாணி

மணிப்புறா

ஏரிக்குள் நடுவே
சமதள மண் பரப்பில்
அங்கொன்றும் இங்கொன்றுமாக
புற்கள் பல முளைத்திருந்தன
அங்கு இரைத்தேட
ஆளரவம் இல்லாத
ஒத்தையடிப் பாதையில்
சுற்றுமுற்றும் பார்த்தபடி
மெல்லிய பாதத்தை
நிலத்தில் பதித்து
அசைந்து அசைந்து
மெல்ல நடந்தாய்....
உனக்கேத் தெரியாமல்
உனக்குப் பின்னால்
சற்று தூரத்தில்
உன்னைக் கண்டு ரசித்தேன்
எத்தனை அழகு உன்னில்..?
ஒவ்வொன்றையும் ரசிக்க
ஒரு கோடி
கண்கள் வேண்டும்
எனக்கு இறைவன்
இரண்டே இரண்டு

கண்கள் தான் கொடுத்திருக்கிறான்
இன்னும் சற்று நேரம்
உன்னை பார்த்துக் கொள்ளட்டுமா....!
புதுப்பெண் தோற்றுப் போவாள்
உன்னுடைய நடைக்கு
மணப்பெண் அணிந்திருக்கும்
கழுத்தணிகள் மண்டியிடும்
உன் மணிக்கழுத்தில்
அழகாய் பதித்திருக்கும்
நீல நிற மணிக்கு..
உன் கழுத்தில்
மணிகள் பதிந்திருப்பதால்
"மணிப்புறா" என்று
பெயர் வைத்திருப்பார்களோ..!
புறாவின் இறகுகள்
பல வண்ணங்களைப் பெற்றிருக்கும்
ஆனால் உன் இறகுகள்
ஒரே வண்ணம்
பிசிறுகள் இல்லாத
சாம்பல் நிறத்தில்..
தூரத்து அசைவுகளை
மிக எளிதில்
கண்டுபிடிக்கும் திறன் பெற்றிருக்கிறது
உன் ஊசிக்கண்கள்

தானியங்களை
கொத்தி எடுக்கும் அலகு
கலைமகளின் வீணையைப் போல்
நளினமானது
கரிய வரி படர்ந்திருக்கும்
உன் கால்கள்
எடுத்து வைக்கும்
ஒவ்வொரு அடியும்
சீராக செட்டாக
படை வீரரின் அணிவகுப்பு போல்
அழகு மிக்கவை
ஒருவேளை
குறுகிய நடையைக் கண்ட
சங்கப் புலவன்
உனக்கு "குறுநடைப்பேடை"
என்று பெயர் வைத்து விட்டானோ..?

மின்கம்பியில்
தனியே அமர்ந்து கொண்டு
மனதை மயக்கும்
மாலை வேளையில்
உன் காதலனை இழுக்க
தமிழிசையில்

எந்த ராகத்தை பயன்படுத்தினாய்
சொல்லிவிடு
என்னையும் சேர்த்து இழுக்கிறது
என் ஆருயிரே...

- முனைவர் அன்புவேல் வர்மன்

தங்கை கொண்ட நேசம்

அடிக்கடி சண்டையிட்டாலும்
அன்பை அள்ளி தந்திடுவானே!
அக்கறையும் குமிழி
ஊற்றாய் கொப்பளித்திடுமே!
இல்லத்திற்கு உந்தன்
வருகையை வழிமேல்
விழி வைத்து காத்திகிடந்திடுவேனே!
இன்பத்தை பகிர்ந்தளித்துவிட்டு
துன்பத்தை மட்டும் - எந்தன்
காதில் உரைத்திடுவானே!
எந்தன் சோகத்தையோ
உந்தன் மடியும் உள்ளங்கையும்
சேர்ந்தே ஆற்றிடுமே!
எல்லையில்லா பாசத்தை
தொல்லையில்லாமல் தந்தவனே !
தந்தையாய் இருந்து என்னை
தாங்கி பிடிப்பவனே!
தாலாட்டு பாடி என்னை
உறங்க வைக்கின்ற தாயுமானவனே!
எந்தன் கண்களில் வழிந்தோடுகின்ற

ஒரு துளி கண்ணீரை கண்டதும்
செங்கணலாய் கொதித்திடுவானே!
உதிரத்தில் உருவான என்னை
அவனின் உதிரமாய் எண்ணிடுவானே! -

-

கு.ரமேஷ்குமார்

இருட்டு அன்பு

பெண்பிள்ளையை பெற்றால்
வரம் என்பர்
பெண் பிள்ளையுடன் பிறந்ததே
வரம் என்பான் இவன்.
பிஞ்சு கைகளால் பச்சிளம்
தங்கையை துக்குவான் !
பஞ்சுபோல் நெற்றியில்
மிதுவான முத்தமிடுவான் !
மிருகம் போல் முரண்படுவான் !
தங்கை முன்னே அளவில்லா
அன்பை வைத்திருப்பான் !
அகத்தின் உள்ளே வெளிப்படையான
அன்பை இங்கு காணமுடியாது !
அனைத்தும் இருட்டு அன்பே !
உணர்வது அவர்கள் இருவர் மட்டுமே

- சிவன்

அண்ணனின் பிரிவில்

நீ இருந்தால் வெறுக்கும் மனமோ ?
நீ இல்லா நேரத்தில்
உனைப் பார்க்கத் துடிக்கும் .
ஒரு பொம்மைக்கு சண்டையிடும்
இருகைகள் அன்னமும் ஊட்டிக் கொள்கிறத?
ஒரு குரல் அழைத்ததே!
நீ என்று நினைத்ததே!
வெளியே சென்று விழி தேடியதே!
அது வேறு யாரோ?
நீ எப்போது வருவாய் அண்ணா?
இப்படிக்கு உன் அன்பு தங்கை !

வி.யோகநந்தினி

அன்பு அண்ணனே !

மனித இனத்தில் பிறந்த
அன்பு அண்ணனே !
எனக்கு முன் பிறந்தவனே !
என்னோட அன்பு அண்ணனே !
என்னை தூக்கி வளர்த்தவனே !
என்னையை உயிர் மூச்சாய்
உயிரில் வைத்து காத்தவனே !
என்னோட இதயத்தில் கலந்தவனே !
தங்கை என்ற உறவை
தாமதமாய் பெற்றேனே !
நான் சிரிக்க சிரிக்க
நீ ரசிக்க ரசிக்க
அடிக்கடி கீழே விழந்து
என்னை சிரிக்க வைத்த பாசக்காரனே !
நிலா காட்டி சோறு
உண்ண வைத்தவனே !
நன்மை தீமையை
சொல்லி வளர்த்தவனே !
நான் தூங்க வேண்டி
தூரிகை ஆட்டி
தாலாட்டு பாடி
உறங்க வைத்தவனே !

என்னை தினம் தினம் காத்தவனே !
ஆயிரம் உறவுகள் வந்தாலும்
அண்ணன் என்ற உறவுக்கு
இணையாகாது என்றொன்றுமே !
உயிர் உள்ள வரை
காதலித்து கொண்டோ இருப்பேன்.
எனது அண்ணனை

- சி. இராஜேந்திரன்

அண்ணன் எனும் அருந்தெய்வம்

அண்ணன் என்பதொர் சொல்லின்
அர்த்தம் உணர்ந்தேன்
எந்தன் வாழ்வினில்.
அன்னையின் "அன்பும்"
தந்தையின் "அரவணைப்பும்"
ஒன்றாகக் கண்டேனே
உந்தன் உருவினில் .
தாய் வயிற்றில் சுமந்தாள்
என்னை பத்து மாதம் வரை
தந்தை தோளில் சுமந்தார்
என்னை நடைப்பழகும் வரை
என் அண்ணனோ
நெஞ்சில் சுமக்கின்றார்
என்னை இப்புவியில்
வாழும் வரை.
அண்ணா !
நீயெனை அழைக்கின்ற போதெல்லாம்
மகிழ்ந்திடுவேன் அன்னையாய் - உன்
குரல் கேட்டுத்தான் .
அண்ணா !
நீயெனை வழிநடத்தும் போதெல்லாம்
நடந்திடுவேன் தந்தையாய் - உன்

விரல் பிடித்துதான்.
தாயில்லா நேரத்தில் உணவை
பாசத்தோடு ஊட்டிடுவாய் !
தந்தையில்லா நேரத்தில் தோளினில்
என்னைத்தூக்கி நேசத்தையும் காட்டிடுவாய் ! விக்கி,
விக்கி
நான்   அழும்போதெல்லாம்
தாலாட்டு பாடுகின்ற
தாய் நீயல்லவா !
தத்தி,தத்தி
நான் நடக்கும் போதெல்லாம்
தாங்கி பிடிக்கின்றன
தந்தை நீயல்லவா !
காலை நேரம்
சோகம் வாட்டும்
நீயோ பள்ளிக்குச் சென்றிடுவாய் !
மாலை நேரம்
இன்பம் கூட்டும்
நீயோ வீட்டுக்கு வந்திடுவாய் !
என்னுடன் விளையாட.
ஒவ்வொரு வார்த்தையாய்
நான் பேச !
என் முகம் பார்த்து
சொல்லி கொடுத்தது நீயல்லவா !

முதன்முதலாய் நானெழுத - என்
கரம்பிடித்து கற்றுக் கொடுத்த
ஆசான் நீயல்லவா !
அன்றைக்கும், இன்றைக்கும் ,
இனி என்றைக்கும் என்
சுகதுக்கங்களை உணரும்
முதல் தோழனாய் நீ !
மகிழ்ந்திருப்பேன் என் அண்ணன்
எனும் ஆருயிர் உறவாலே.

ஜோ.சிவரெங்கதுரை

அன்புள்ள தமையனுக்கு

அண்ணா.... அண்ணா...
நொறுங்கும் நொடிகளில்
துடிக்கும் இதயம்
கத்துமே....
விவரமில்லா வயதிலும்
பாசம் நேசம் புரிந்து கொண்டாய்........

உயிரும் உடலும்
ஒன்றல்லவா
உடன் பிறப்பே

இருந்தும் நீயும்
நானும் வேறல்லவா
நீ இறைவன் தந்த
வரமல்லவா
என்றுரைக்கும்
அன்னைக்கும் தந்தைக்கும்
வழிதுணை செய்யும்
வெளிச்ச சிறகல்லவா
நீ !

தனிமையில் யுத்தம்
என் கண்ணில்
ஆயிரம் குழப்பங்கள்
என் நெஞ்சில்
ஆயிரம் விழுப்புண்கள்

ஆற்றும் ஆயிரம் வழியுண்டு
வேண்டும் உன் வழித்துணையே
அண்ணனே
வாழ்வும் பெருங்கடலே
நானும் இளம் மாலுமியே
நீ கரை சேர வழி செய்வாய் நம் கூடத்தில்

நீ பூங்காற்றின் பக்கம்
வந்தாய் அறியாப் பிள்ளையென என் முகம்
புன்னகை சிந்தும்
என் காற்றில் உன் சுவாசம் வாங்கி செல்வேன்
வாழ்வெனும் பாடத்தில்
என் பரிசல்லவா நீ !

-   **மு.பிரித்தி**

என் ஆருயிரே !

மதிக்கதிர் உலகங்கள்

எனக்கென்று நீ செய்யவா

என் முன்பாக நீ இங்கு வந்தாய் என..

நிழல் கூட நிலவொளியில் மறைந்து விடும்

உன் துணை என்றும்

எனை நீங்கி கண்டதில்லை..

ஏதும் பகிரும் நொடியில்

ஒரு யுத்தம் நடக்கும்.

முகம் கொஞ்சம் துவண்டு

நானும் பார்த்தால் முழுதும் வரும்.

எந்த நாளும் என் கண்கள் ஈரம் கொள்ள

உன்னிடம் அனுமதி வாங்க காத்து கிடக்கும்.

ஒரு நாளும் எந்தன் பாதை

அதிலே முட்கள் இல்லை

உன் பாதம் அதில் மென்மை

நானும் பார்த்ததே இல்லை

நீ தாயாய் இரு

என்னை தாலாட்டிடு

வழி அறியும் வரை

என் விழியாய் இரு ..!

என் உயிராய் இரு

என் விரல் ஓரம்

இரு வாழ்க்கை முடியும் வரை
என் உலகாய் இரு ..!
என் ஆருயிரே !

-

பாலாஜி

ஆசையின் மேடை

பாசம் பலவகை - அதில்
உயர்வகை தங்கை பாசம்
தனிவகை முடிவில்லா பந்தம்
தன் உடைமையின் பெருமிதம்
வாழ்வின் தனிப்பட்ட அங்கம்
அன்பின் உறைவிடம்
ஆசையின் மேடையாய்
அள்ளிக் கொடுக்கும்
மலர் செண்டுகளாய்
கிடைப்பதற்கரியா முக்கியமாய்
காண முடியா பந்தமாய்
அடைய முடியா உச்சியில்
ஆழ்த்தி முயற்சிதனில்
ரௌதிரத்தைப் பெருக்கி
எட்டிப் பார்த்தவையெல்லாம்
எட்டிப் பறிக்கச் செய்து
ஒழுக்கம் கற்பித்து
சேரா உறவினைச் சுட்டிக்காட்டி
வெற்றியின் வாகை மொழிபித்து
ஞாலம் தெளியச் செய்து
வானமெங்கும் படர்ந்த மேகம் போல்,
தம் வாழ்வுதனில் உலா வந்து கரைச்சேர்க்க! -

- கவியின் காதலி

ப.ஹரிணி

அண்ணன் மீது தங்கையின் காதல்

அண்ணன் தன் தங்கைக்கு
இன்னொரு தந்தையாக இருப்பான் !
அண்ணன் என்றாலே
ஆதியில் தோன்றியவனே !
தன் தங்கையின் மீது
அன்பில் சிறந்தவனே !
தங்கையின் மீது அதிக பாசம் கொண்டவனே!
அண்ணனுக்கு தங்கையானவள்
தொல்லை பல தந்திடுவாள் !
தோழமையால் வென்று
அன்பில் அடக்கிடுவாள்!
அண்ணன்மீது அதீத
அன்பு கொண்டு அரவணைப்பவளே !
அன்பு தங்கைக்கு தன் அண்ணனை விட சிறந்த
ஆண்மகன் இவ்வுலகில் யாருமில்லை !
அவளால் காண முடியாது!
அன்பிற்கும் உண்டோ அடைக்கும் தாழ்
என் அண்ணன் என்றாலே?
சிறந்த உயிர் நாடி!

- **தெ.கவிதாஞ்சலி**

அண்ணனின் காதல்

அவன் நம் மீது கொண்ட
காதல் முன் தந்தையின்
காதலே தோற்றுப் போகும்!
அவன் நம்மிடம் காட்டும்
அன்பின் முன்னே தாயின்
அன்பும் தோற்று போகும்!
ஆனால் அந்த தருணங்களை
நாம் உணரும் வரமோ
நமக்கு எளிதில் கிடைப்பதில்லை!
அவன் தன்னை மறந்து
தாயாகவும் தந்தையாகவும்
காத்த தருணங்கள் பல அறிவோம்!
அத்தகைய வரங்ககள் கிடைத்தும்
அதை நொடிப்பொழுதில்
நழுவவிட்ட தருணத்தின் நினைவுகளோ!
என்னை விளையாட்டுப் பொருளாக
கண்டவர் அனைவரையும் - எம்
கையில் விளையாட்டுப் பொருளை
பரிசளித்து விளையாட
கட்டளையிட்ட தருணங்கள்
நீ எனக்கு அறிமுகமான தருணம்
நீ என்னை பற்றி கூறிய - அந்த

அழகிய நொடிகள்
மனதில் ஏற்பட்ட குழப்பங்கள்
எண்ணில் அடங்காதவை
அனைத்திற்கும் உன் புன்னகை
கூறிய பதில்களோ
விடைகள் இல்லாத
வினாவாக இருந்த நேரத்தில் - நீ
nn எனக்கு பதிலாக மாறிய தருணங்கள்.
நம் அழகிய உரையாடல்கள் உணர்த்தும்
உன் அன்பான உணர்வுகளைs
உணரும் தருணங்கள்
நீ என்னை விட்டுத்
தொலைவில் இருப்பினும் - உன்
உரையாடளின் இசை செவிதனில்
இசைக்கும் தருணங்கள்.
நாம் ஓரிடத்தில் ஒன்றாய்
இருந்திருந்தால் கூட இவ்வளவு
உரையாடல்கள் நிகழத்திருக்க
கூடுமோ ?
வியந்து நின்ற தருணங்கள்.
நான் வினவும் விடையற்ற வினாகளுக்கு
நீ விடைகள் உருவாக்கிய தருணங்கள்!
என் பண்டிகை நாட்களை சிறப்பிக்கும்
உன் அன்பான முதல் வாழ்த்து பரிசுகள்

எண்ணில் அடங்காத குறும்புகளை
நீ ரசிக்கும் தருணங்கள்!
நான் அணியும் உடைகளுக்கு
அழகிய அணிகலங்கள்
தேர்வு செய்த தருணங்கள்!
நான் செய்யும் செயல்களுக்கு
நீ கூறும்   முடிவில்லா
நேரடி வர்ணனைகள்
ரசிக்கும் தருணங்கள்!
இதற்குமேல் சான்றுகள் ஏதும் வேண்டுமோ
என் மீது நீ   கொண்ட
காதலை உணர்த்த !

- கு.ஈஸ்வரி